வெற்றிலை

வி.எஸ்.ரோமா

ISBN 978-1-63997-458-0

பொருளடக்கம்

1

கொழுந்து வெற்றிலை மற்றும் மிளகு சாப்பிடுவதால், இரைப்பை குடல் வலி, அசிடிட்டி, செரிமானம் மற்றும் மலச்சிக்கல் போன்ற பிரச்-சனைகள்குணமாகுவதோடு, மெட்டாபாலிசம் அதிகரித்து, உடலில் உள்ள நச்சுக்களை வெளியேற்றி, உடல் முழுவதையும் சுத்தமாக்க உதவுகிறது.

வெற்றிலை மூன்று ரகத்தில் பயிர் செய்யப்படுகிறது. இந்த மூன்று ரகத்தையும் தனித்தனியே பார்க்கும் போது இதை தெளிவாக புரிந்து கொள்ளலாம். கருப்பு நிறம் இல்லாத தளிர் நிறம் உள்ள வெற்றிலைக்கு வெள்ளை வெற்றிலை என்று பெயர்.இது மணமாக இருக்கும். கருப்பு நிறத்தில் உள்ள வெற்றிலைக்கு கருப்பு வெற்றிலை அல்லது கம்மாறு வெற்றிலை என்று பெயர். கற்பூர மணம் உள்ள வெற்றிலை தாமரை இலை போன்று பெரியதாகவும் நல்ல நிறத்தோடும் இருக்கும்.இதற்கு கற்பூர வெற்றிலை என்று பெயர். இந்த மூன்று விதமான வெற்றிலைக-ளும் சுவையில் விறுவிறுப்பு பொருந்திய கார்ப்புத்தன்மை உடையதாகும்.

கம்மாறு வெற்றிலைச் சாறை தினமும் காலை உணவிற்கு பிறகு அரை 'அவுன்ஸ்' வீதம் மூன்று நாள் குடித்து வந்தால் வாத, பித்த கபத்தால் ஏற்படும் ஏற்றத்தாழ்வை குறைக்கும். உடலில் நீர் ஏற்றம், தலையில் நீர் ஏற்றம், தலை பாரம் உணவு செரியாமை,மந்தம், குரல் கம்மல் வயிற்று-வலி, வயிற்று உப்புசம் ஆகியவை நீங்கும். இந்த வெற்றிலையை பாக்-கும் சுண்ணாம்பும் சேர்த்து உபயோகிக்கும் போது தாம்பூலம் என்கிறோம்.

இந்த தாம்பூலத்தை உபயோகிக்கும் முன் வெற்றிலையின் காம்பையும், நுனியையும் பின்புறத்தில் உள்ள நரம்பையும் நீக்கியே உண்ண வேண்-டும். அப்படி நீக்காமல் உண்பதால் வெற்றிலையின் மருத்துவ குணம்

கிடைக்காமல் போகும். இப்படி உண்பவர்களிடம் லட்சுமி சேரமாட்டாள் என்று ஒரு பழ மொழியும் உள்ளது.

அது மட்டுமல்லாமல் வெற்றிலை போடும் போது முதலில் பாக்கை மெல்லக் கூடாது.ஏன் என்றால் பாக்கு துவர்ப்புத் தன்மை உடையது. இத்தன்மையால் உமிழ்நீர் சுரக்காது. எனவே ஒரு வெற்றிலையை மென்ற பிறகே பாக்கு வெற்றிலையை மெல்ல வேண்டும். இப்படி செய்-வதால் துவர்த்தல், சொக்குதல், மூர்ச்சையாதல், பிசுபிசுத்தன்மை முத-லியன ஏற்படாமல் இருக்கும்.

அப்படி இல்லாமல் வெற்றிலை, பாக்கு, சுண்ணாம்பு,இவைகளை ஒன்-றாக மெல்லும் போது அதில் நின்று ஊறிய முதல் நீர் நஞ்சாகவும், இரண்டாவது நீர் மிகு பைத்தியம் தருபவையாகவும், மூன்றாவது நீர் அமிர்தமாகவும், நான்காவது நீர் அதி இனிப்பாகவும்,ஐந்து மற்றும் ஆறாவது நீர்கள் பித்தத்தோடும், அக்கினி மந்தம், ஆகியவற்றை உண்-டாக்கும் என்பதால் தான் வெற்றிலைப் பாக்கை உண்ணும் போது முதல் மற்றும் இரண்டாவது நீர்களை துப்பி விட வேண்டும். மூன்றாவது மற்-றும் நான்காவது நீர்களை விழுங்கிவிட வேண்டும். ஐந்தவது நீர் சுரக்-கும் முன்பு வெற்றிலையை துப்பி விட வேண்டும். இதுவே தாம்பூலம் உண்ணும் முறையாகும்.

காலையில் பாக்கு அதிகமாகவும், வெற்றிலை, சுண்ணாம்பு குறைவாக-வும் மென்றால் மலக்குற்றம் நீங்கி இரண்டு முதல் நான்கு முறை பேதி-யாகும். எனவே மந்தம் மலச்சிக்கல் உள்ளவர்கள் காலையில் பாக்கை அதிகமாகவும், வெற்றிலை சுண்ணாம்பு குறைவாகவும் சேர்த்து கொள்ள வேண்டும். மதியம் சுண்ணாம்பு சிறிது அதிகமாகவும் வெற்றிலை பாக்கு குறைவாகவும் மென்றால் நல்ல பசி உண்டாகும்.

பசிஇல்லாதவர்கள் மதிய உணவுக்கு பின்பு இவ்விதமாக உண்டால் ஆரோக்கியமான பசி உண்டாகும். மாலையில் வெற்றிலை அதிகமாகவும் பாக்கு, சுண்ணாம்பு, குறைவாகவும் மெல்வதால் வாயிலுள்ள ரணங்கள் குணமாகும்.

வயிற்று ரணத்தால் வாயில் வீசும் துர்வாடை நீங்கி நல்ல மணம் வீசும். இப்படி நோய்க்கேற்றவாறு வெற்றிலை, பாக்குகளை கூட்டிக்கு-

றைக்கும் போது பல்வேறுபட்ட நோய்கள் நீங்கும்.வெற்றிலையை இளம் சூட்டில் வதக்கி சாறு எடுத்து அச்சாற்றை மூக்கில் இரண்டு துளி விட தலை நோய், தலைபாரம்,

தலையில் நீர்தேக்கம் ஆகியவை நீங்கும்.

இரண்டு வெற்றிலையுடன் 50 கிராம் ஊற வைத்த சிவப்பு அரிசியை சேர்த்து உண்டால் கல்வி கற்பதில் ஆர்வம் உண்டாகும். சிறுவர்களுக்கு மலக்குற்றம் நீங்கும். அதோடு இருமல், மூச்சுதிணறல், கோழைக்கட்டு ஆகியவை நீங்குவதோடு இதை பெண்கள் உண்டால் ஆண்கள் மீது பற்றும் ஆண்கள் உண்டால் பெண்களின் மீது பற்றும் உண்டாகும்.

தினம் 3 முறை வெற்றிலையை மென்றால் 7 பிரச்னையும் தீரும்.

வெற்றிலை வயதானவர்கள் வீட்டில் உட்கார்ந்து கொண்டு பொழுது போகாமல் வாயில் போட்டு மென்று தின்பது என்று நாம் நினைத்துக் கொண்டிருக்கிறோம். ஆனால் நம் முன்னோர்கள் எதையுமே கார-ணமில்லாமல் செய்யவில்லை என்பது தான் உண்மை. வெற்றிலையை மென்று தின்பதால் விறைப்புக் கோளாறு முதல் இன்னும் சில நோய்க-ளும் சேர்ந்து தீருமாம். அதுபற்றி இந்த தொகுப்பில் விளக்கமாகப் பார்த்-துத் தெரிந்து கொள்ளுங்கள்.

வெற்றிலை

பொதுவாக வெற்றிலையை நல்ல சாப்பாட்டுக்குப் பின் நாம் உண்-பதை வழக்கமாகக் கொண்டுள்ளோம். நாம் அனைவரும் அறிந்தது என்னவென்றால் வெற்றிலை போட்டால் வாய் மணக்கும். நல்ல மதிய உணவு விருந்துக்குப் பின் வெற்றிலை பரிமாறுவதைப் பாரம்பரியமாகக் கொண்டுள்ளோம். நாம் அனைவரும் நினைத்து என்னவென்றால் வெற்-றிலை புத்துணர்ச்சிக்காக மட்டுமே உபயோகம் செய்யப்படுகிறது என்று. ஆனால் அதையும் மீறி பல நம்ப முடியாத நல்ல விஷயங்கள் வெற்றி-லையில் உள்ளது என்பதை நாம் பலரும் அறியவில்லை. முன் காலத்-தில் கோயில் பூஜைகள் முதல் மருந்துகள் வரை வெற்றிலையை பல விதமாக உபயோகித்து வந்துள்ளோம்

காயத்திற்குச் சிறந்த மருந்து

வெற்றிலை அடிபட்ட உடல் காயத்திற்குச் சிறந்த மருந்தாக விளங்-குகிறது. காயம் விரைவாகக் குணமடைய வெற்றிலை பெரிதும் உதவு-கிறது. வெற்றிலையில் ஆன்டி-ஆக்ஸிடன்ட்டுகள் உள்ளதால் வழக்கத்-

தைவிட அதிகமாகக் காயம் குறைய உதவுகிறது.தினமும் வெற்றிலை சாப்பிடுவதால் வெளியில் உள்ள புண்களும் மற்றும் வயிற்றுப் புண்களும் ஆற உதவுகிறது.

மூட்டு வலியிலிருந்து நிவாரணம்

வெற்றிலை ஒரு சக்தி வாய்ந்த கிருமி நாசினியாகவும் செயல்படு-கிறது அது நமது மூட்டுவலியைச் சுலபமாகக் குறைத்துவிடுகிறது.வெற்-றிலையைச் சாறாக அரைத்து வலி இருக்கும் மூட்டுப் பகுதியில் தின-மும் தடவி வந்தால் ஒரு சில நாட்களிலேயே கவனிக்கத்தக்க மாற்றம் நிகழும். இதில் எந்தவித பக்கவிளைவுகளும் இல்லாததால் அனைவரும் தாராளமாக உபயோகிக்கலாம்.

அஜீரண கோளாற்றைச் சரி செய்கிறது

வெற்றிலை வயிறு மற்றும் அஜீரண கோளாற்றைச் சரி செய்யப் பெரிதும் உதவுகிறது. வெற்றிலையில் இயற்கையாக உள்ள வேதிப்பொ-ருட்கள், பெருங்குடல் காற்று நீக்கியாகச் செயல்படுகிறது. தேவையற்ற ஏப்பம் போன்றவற்றைச் சரி செய்கிறது. மேலும் இரைப்பையில் உள்ள உடலில் வலிகளை நீக்க உதவுகிறது. மேலும் உணவில் உள்ள முக்கி-யமான உயிர்ச்சத்துகள், மினரல்களை விரைவாக நம் உடலுக்குத் தரும் குணம் உள்ளது. வெற்றிலை மிகவும் நன்மை விளைவிக்கும்.

சுவாச துர்நாற்றத்தைச் சீர்செய்கிறது

வெற்றிலையில் ஆண்டி பாக்டீரியா நிறைந்துள்ளதால் உடலில் உள்ள பாக்டீரியாக்களை அழித்து சுவாசப் புத்துணர்ச்சி பெறப் பெரிதும் உதவுகின்றது மேலும் உடலில் உள்ள பிஹெச் அளவை சரி செய்கிறது இதனால் நம் புத்துணர்ச்சிக்கு மட்டுமில்லாமல் உடலுக்கும் நல்லது.

உடல் எடையைக் குறைக்க உதவுகிறது

வெற்றிலையில் அதிக அளவு நார்ச்சத்து உள்ளதால்,தொடர்ந்து சாப்பிட்டு வரும் போது மெட்டபாலிசத்தின் அளவை அதிகரிக்கிறது கொழுப்புச் சத்தை குறைக்க உதவும் என்பதை நாம் அனைவரும் அறி-வோம். இதனால் வெற்றிலையையும் தினமும் உண்டு வந்தால் உடல் எடை சீராக வாய்ப்புகள் அதிகம். மேலும் செரிமானத்தைச் சீர் செய்-வதால் தேவையற்ற உணவுகள் வயிற்றில் தங்குவதைத் தவிர்க்கலாம். சிறிது சாப்பிட்டு முடித்த பின்பு வெற்றிலை போடுவதால் வயிறு நிறைந்-தது போன்ற ஒரு உணர்வை உண்டுபண்ணும். மேலும் ஆரோக்கியமாக இருக்கலாம்.

தொண்டை வலிக்கு இதமானது

வெற்றிலையில் உள்ள ஆன்டி-பாக்டீரியல் வேதி பொருளானது தொண்டையில் உண்டாகும் புண்களைச் சரிசெய்து தொண்டை வலியி-லிருந்து நிவாரணம் தருகிறது. தினமும் மூன்று முறை வெற்றிலையை அரைத்து அதன் சாற்றை விழுங்கும் பொழுது தொண்டையில் உள்ள புண்கள் விரைவாக ஆரி நிவாரணம் கிடைக்கும்.

வெற்றிலையில்உள்ள இயற்கை ஆன்டி-செப்டிக் குணமானது கிருமி-களை அழிக்கவல்லது எனவே இரும்புகாயங்கள் போன்றவற்றில் வெற்-றிலை சாரி ஊற்றினால் விரைவில் அந்த காயங்கள்சரியாகி விடும்.

சுவாசக் கோளாற்றைச் சரி செய்கிறது

வெற்றிலையில் இயற்கையாக உள்ள வேதிப்பொருட்கள் மூச்சு முட்-டல் போன்ற சுவாச கோளாறுகளைச் சரி செய்கிறது. மேலும் குளிர்கா-லத்தில் ஏற்படும் ஜலதோஷம் இருமல் போன்றவற்றிற்குப் பெருமளவில் உதவி செய்கிறது. ஆஸ்துமா போன்ற நோய்களுக்கும் வெற்றிலையைப் பயன்படுத்துகிறார்கள்.

வெற்றிலையில் சிறிது கடுகு எண்ணெய் தடவிச் சூடு செய்து அதை நெஞ்சில் வைத்தால் சளி இருமல் போன்றவை குறையும். மேலும் சிறு வெற்றிலைகளைத் தண்ணீரில் போட்டு அதனுடன் சீரகம் லவங்-கப் பட்டை ஆகியவை சேர்த்துச் சூடு செய்து தினமும் ஒன்று முதல் இரண்டு நேரங்கள் குடித்து வந்தால் சுவாச கோளாறுகளிலிருந்து நிவா-ரணம் கிடைக்கும்.

வெற்றிலை சாப்பிடுவதால் என்னென்ன நன்மைகள் கிடைக்கும்...!

மூலிகை மருத்துவத்தில் வெற்றிலை மற்றும் மிளகு நம் உடலில் உள்ள கொழுப்பைக் கரைத்து, உடல் எடையை குறைக்க உதவுகிறது. பச்சை நிறத்தில் இருக்கும் ஒரு கொழுந்து வெற்றிலை ஒன்றை எடுத்து அதனுடன் 5 மிளகு உருண்டைகளை சேர்த்து மடித்து வாயில் போட்டு மென்று சாப்பிட வேண்டும்.

தினமும் காலையில் வெறும் வயிற்றில் கொழுந்து வெற்றிலை மற்றும் மிளகு சேர்த்து தொடர்ச்சியாக 8 வாரங்கள் சாப்பிட்டு வந்தால், உடல் எடையில் ஒரு நல்ல மாற்றத்தைக் காணலாம்.

கொழுந்துவெற்றிலை மற்றும் மிளகு சாப்பிடுவதால், இரைப்பை குடல் வலி, அசிடிட்டி, செரிமானம் மற்றும் மலச்சிக்கல் போன்ற பிரச்-சனைகள்குணமாகுவதோடு, மெட்டாபாலிசம் அதிகரித்து, உடலில் உள்ள

நச்சுக்களை வெளியேற்றி, உடல்முழுவதையும் சுத்தமாக்க உதவுகிறது.

வெற்றிலைகளில் இரைப்பைக் குடல் வலி நீக்கி குணங்கள் அடங்-கியுள்ளது. அதே போல் சரியான செரிமானத்திற்கும் உதவிடும். வெற்-றிலையை மெல்லுவதால் மெட்டாலிசம் அதிகரிப்பதோடு, வயிற்றில் சளி உடைய பொருளை அதிகரிக்கும். இதனால் அசிடிட்டி ஏற்படாமல் தடுக்கப்படும். இதனால் காஸ்ட்ரிக் அமிலத்தின் தீய தாக்கங்களில் இருந்து வயிற்றின் உட்பூச்சு பாதுகாக்கப்படும் என ஒரு ஆய்வு கண்டு-பிடித்துள்ளது.

வெற்றிலையை மெல்ல ஆரம்பித்த உடனேயே வாயில் எச்சில் உற்-பத்தி அதிகரிக்கும். இதனால் நீங்கள் உண்ட உணவை செரிக்க சொல்லி வயிற்றுக்கு சிக்னல் அனுப்பும் உங்கள் வாய். இதனால் செரிமானம் சிறப்பாக செயல்பட தொடங்கும். வயிற்றில் இருந்து நச்சுக்களை நீக்க-வும் இது உதவுகிறது.

மஞ்சள்நிறத்தில் அல்லது அழுகிய நிலையில் உள்ள வெற்றிலையை தவிர்க்க வேண்டும்.ஏனெனில் அது வயிற்றுப்போக்கு பிரச்சனையை ஏற்படுத்திவிடும்.

அனைவர் வீட்டிலும் இருக்க வேண்டிய அபூர்வ மூலிகைகள்

நம் வீடு விருத்தியம்சத்துடன் திகழ தெய்வீக மூலிகைகளாக விளங்-கும் வெற்றிலை, துளசி, வேம்பு, வில்வம் போன்றவைகளை கண்டிப்பாக வளர்க்க வேண்டும்.

பொதுவாக நமது வீடுகளில் மரம், செடி, கொடிகள் வளர்ப்பது வழக்-கம். விருட்சங்கள் வளர்ந்தால் நம் வீடு விருத்தியம்சத்துடன் திகழும் என்பது நம்பிக்கை. அதனால் காற்றோட்டமும் நன்றாக இருக்கும். மன அமைதியான சூழ்நிலை உருவாகும். அப்படிப்பட்ட தாவரங்களில், தெய்-வீக மூலிகைகளாக விளங்கும் வெற்றிலை, துளசி, வேம்பு, வில்வம் போன்றவைகளை கண்டிப்பாக வளர்க்க வேண்டும்.

வெற்றிலை என்பது ஓர் அபூர்வ மூலிகையாகும். இது மருத்துவ குணத்-துடன், மகத்துவம் மிக்கதாகவும் விளங்குகிறது. பொதுவாக நம் இல்-லத்தில் நடக்கும் எந்த சுபநிகழ்ச்சியாக இருந்தாலும் வெற்றிலை, பாக்கு வைத்து தான் தொடங்கு கிறோம். இது ஓர் சத்தியப் பொருளாகும். இதன் முன்னிலையில் நடை பெறும் நிகழ்வுகளில் எந்த மாற்றமும் இல்லை என்று உறுதிப்படுத்துவதுதான் இந்த தாம்பூலத்தின் தனிச்சிறப்-

பாகும். யாரும் வெறும் வெற்றிலை கொடுக்க மாட்டார்கள். அதோடு பாக்கு இணைத்துத்தான் கொடுப்பார்கள்.

வெற்றிலையும், பாக்கும் ஒற்றுமைக்கு உகந்தது. ஒன்றோடு ஒன்றை இணைத்துதான் கொடுக்க வேண்டும். 'வேண்டாத உறவிற்கு வெறும் வெற்றிலை' என்பது பழமொழி. வெறும் வெற்றிலை கொடுத்தால் உறவு பகையாகி விடும் என்பார்கள். அவனன்றி ஓரணுவும் அசையாது என்பது போல, தாம்பூலம் இல்லாது எந்தக் காரியமும் நடைபெறுவதில்லை.

நிச்சயதார்த்த முகூர்த்தத்தில் மணப்பெண்ணை உறுதிப்படுத்த நிச்சய-தாம்பூலம் என்றுதானே பெயர் சூட்டியிருக்கிறார்கள். முன்பெல்லாம் பெண்ணை உறுதி செய்வதற்கு பெரியவர்கள் முன்னிலையில் இந்த வெற்றிலை பாக்கு வைத்துதான் 'பெண் என்னுடையது, பொன் உன்னு-டையது' என்று மூன்று முறை உச்சரித்து நிர்ணயம் செய்து கொள்வார்-கள்.

இப்படிப்பட்ட சத்திய வாக்காகத் திகழும் வெற்றிலை, அனைவர் வீட்டிலும், அனைத்துச் சூழ்நிலையிலும் எளிதில் வளராது. குளுமை-யான சூழ்நிலையில் தான் வளரும். ஒருவர் வீட்டில் வெற்றிலைக் கொடி நன்றாக வளர்ந்தால், அவர்கள் இல்லம் செல்வச் செழிப்போடு சிறப்பாக இருக்கும். வெற்றிலை... லட்சுமி கடாட்சமுடைய மூலிகை. அதனால் இதை காய வைத்து தூக்கி எறியக்கூடாது என்று சொல்வார்கள்.

பொதுவாக சனி பிடிக்காத தெய்வமாக விளங்கும் அனுமனுக்கு, வெற்-றிலை மாலை அணிவித்து வந்தால் வெற்றிகள் வந்து சேரும். வெற்றி-லையை மட்டும் மாலையாக்கி அணியக்கூடாது. அதனுடன் சீவல் அல்-லது பாக்கு சேர்த்து மாலையாக்கி அணிவித்து வழிபட்டால் எப்படித் தடைபட்ட காரியமும் எளிதில் முடியும். இதற்கு என்ன காரணம் என்-றால், சீதா தேவி வெற்றிலை இலையில் உள்ள இரண்டு காம்புகளைக் கிள்ளி அனுமனின் சிரசில் போட்டு சிரஞ்சீவி பட்டம் கொடுத்து ஆசீர்-வாதம் செய்தார். இதனால் தான் ஆஞ்சநேயருக்கு வெற்றிலை மாலை அணிவிப்பதை பழக்கமாக்கிக் கொண்டு வந்தனர்.

வெற்றிலையில் இரண்டு வகை இருக்கிறது. ஒன்று கருப்பு வெற்-றிலை. மற்றொன்று வெள்ளை வெற்றிலை. வெள்ளை வெற்றிலை.. காரம் இல்லாததும், வெளிர்ப்பச்சை நிறமாகவும் இருக்கும். கருப்பு வெற்-றிலை... காரம் உள்ளதாகவும், நல்ல பச்சை நிறமாகவும் இருக்கும். வெற்றிலை பெரிதாகவும் இருக்கும். இது மிகுந்த மருத்துவ குணம் வாய்ந்தது.

பொதுவாக வெற்றிலை, பாக்கு, சுண்ணாம்பு மூன்றும் சரியான விதத்தில் கலந்து வெற்றிலை போட்டால் தான் நன்கு வாய் சிவப்பாக இருக்கும். அப்படி இருந்தால் நமது உடம்பில் கால்சியம் சத்து நன்றாக உள்ளது என்று அர்த்தம். இந்த தாம்பூலம் தரிப்பது என்பது ஆதி காலத்தில் இருந்தே கிராமப் புரங்களில் இருந்து வருகின்றது.

பெண்கள் கண்டிப்பாக வெற்றிலை போட வேண்டுமாம். பொதுவாக குழந்தைகளை மென்று சாப்பிடச் சொல்லி வெற்றிலைக் காம்பைக் கொடுப்பர். சிறியவர் முதல் பெரியவர் வரை அனைவருக்கும் ஜீரண சக்தியை அதிகரிக்கச் செய்வதும், சளி, ஜலதோஷம் போன்றவற்றைப் போக்கவல்லதும் இந்த வெற்றிலை தான். நீர் கோர்த்திருக்கும் காயங்க-ளின் மீது, வெற்றிலையை அரைத்துத் தடவினால் நீரை உறிஞ்சி விடும்.

தலைவலிக்கு மருந்து மாத்திரைகளை உபயோகிக்காமல், வெற்றிலையை அனலில் வாட்டி நெற்றிப் பொட்டுப் பகுதியில் ஒட்டிக் கொள்வர். இதனால் தலைவலியில் இருந்து நிவாரணம் பெறலாம். குழந்தைகளின் நெஞ்சுச் சளி நீங்க, வெற்றிலையை அனலில் வாட்டி ஒத்தடம் வைப்-பார்கள் வெற்றிலைச் சாறு மிக உன்னதமான மருந்தாகும்.

வெற்றிலையுடன், பாக்கு அல்லது சீவல் கலந்து போடலாம். புகையி-லையைத் தவிர்ப்பது நல்லது. வெற்றிலை, பாக்கு, சுண்ணாம்பு இந்த மூன்றிலும் காரம், துவர்ப்பு, கால்சியம் ஆகிய மூன்று சத்துகளும் இணைகின்றன. பல்லுக்கு உறுதியை வழங்குகின்றன. வாய் துர்நாற்றம் அகல்வதற்கும் வழிகாட்டுகின்றன. வாயுத் தொல்லையைப் போக்கும் சக்தி வெற்றிலைக்கு உண்டு.

இப்படிப்பட்ட வெற்றிலையை வளர்க்க விரும்புபவர்கள், துளசி போன்று மிகவும் புனிதமாக அதை வளர்க்க வேண்டும். காம்புகளைக்

கடினமாகக் கிள்ளாமல் மென்மையாகக் கிள்ள வேண்டும். மனத் தூய்-
மையும், உடல் தூய்மையும் அவசியம். தொட்டிகளில் வைத்து மேல்-
நோக்கிக் கொடியைப் படரச் செய்யலாம். அதிக நிழலும், தண்ணீரும்
இது வளர்வதற்கு அவசியம் தேவை.

அற்புத மூலிகையான வெற்றிலையை வீட்டில் வளர்த்தால் மன அமைதி
பெருகும். மருத்துவச் செலவும் குறையும். தினமும் வெற்றிலையைச்
சாப்பிட்டு வந்தால் ரத்தசோகை போன்ற நோய்கள் கூட குணமாகும்
வாய்ப்பிருக்கிறது

பிரச்சினைகள் ஏற்படுகின்ற பொழுது நாம் இறைவன் சன்னிதிக்குச்
சென்று அர்ச்சனை செய்கிறோம். அப்போது பழம், தேங்காய் வெற்-
றிலை, பாக்கு, பூ, கற்பூரம் அல்லது நெய் வைத்துத் தான் இறைவனை
அர்ச்சிக்கிறோம். அப்பொழுதுதான் அர்ச்சனை முழுமை பெறுகிறது.
அத்தியாவசியம் மிகுந்த மூலிகையான வெற்றிலை, நமது அன்றாட
வாழ்வில் முக்கிய இடத்தை பிடிக்கிறது.

ஆகவே வெற்றிலைக் கொடி வளர்ப்போம்.
சர்வ நோய்களையும் விரட்டும் வெற்றிலை
மருத்துவ மூலிகையான வெற்றிலையில் பல்வேறு மருத்துவ குணங்-
கள் நிறைந்திருக்கிறது. நோய் எதிர்ப்பு சக்தி மிகுந்துள்ளதால் நச்சை
முறிக்கும், ஜீரணசக்தியை தூண்டும், உடலுக்கு உற்சாகத்தை ஊட்டும்..
சித்தா மற்றும் ஆயுர்வேதத்தின்படி மனிதர்களுக்கு நோய் வரக்கார-
ணம் மனித உடலில் உள்ள வாதம், பித்தம், கபம் ஆகிய மூன்றும் சரி-
யான விகிதத்தில் இல்லாமல் இருப்பதே ஆகும். அவை கூடும் போதோ
அல்லது குறையும் போதோ நோய் வருகிறது.

வாதம், பித்தம், கபம் ஆகிய மூன்றையும் சமநிலையில் வைத்து
ஆரோக்கியத்தை பேணுவதில் வெற்றிலை முக்கிய பங்கு வகிக்கிறது.
அதாவது பாக்கு, சுண்ணாம்பு சேர்த்து வெற்றிலை போடுவதால் இந்த
நன்மை கிட்டுகிறது.

மருத்துவ மூலிகையான வெற்றிலையில் பல்வேறு மருத்துவ குணங்கள் நிறைந்திருக்கிறது. நோய் எதிர்ப்பு சக்தி மிகுந்துள்ளதால் நச்சை முறிக்கும், ஜீரணசக்தியை தூண்டும், உடலுக்கு உற்சாகத்தை ஊட்டும். இப்படி பல்வேறு நன்மைகள் அதில் உள்ளன

.

வெற்றிலையிலும் ஆண், பெண் பேதம் உள்ளது. கருகருவென கரும்பச்சை நிறத்தில் இருக்கும் வெற்றிலைகள் ஆண்வெற்றிலைகள் என்றும் இளம்பச்சை வெற்றிலைகள் பெண்வெற்றிலைகள் என வகைப்படுத்தப்படுகின்றன.

வெற்றிலையில் நீர்ச்சத்து, புரதச்சத்து, இரும்பு சத்து, கால்சியம், கரோட்டின், தயமின், வைட்டமின் சி மற்றும் வீரியமிக்க நோய் எதிர்ப்புத் திறன் கொண்ட சவிக்கால் என்னும் பொருளும் உள்ளது.

வெற்றிலை போடும் போது வெற்றிலையில் உள்ள உரைப்பு கபத்தை நீக்கி விடும். பாக்கில் இருந்து கிடைக்கும் துவர்ப்பு சுவை பித்தத்தை கட்டுப்படுத்தும். சுண்ணாம்பில் உள்ள காரச் சுவை வாதத்தை கட்டுப்படுத்தும். இதனால் உடலில் வாதம், பித்தம், கபம் ஆகியன சம நிலையில் இருந்து நோய் வராமல் காக்கும்.

அதனால்தான் நமது கலாச்சாரத்தில் தாம்பூலம் தரித்தல் எனும் வெற்றிலை போடும் பழக்கம் காலம் காலமாக கடைப்பிடிக்கப்பட்டு வருகிறது.

அந்த காலத்தில் நம் முன்னோர்கள் சாப்பிட்டதும் வெற்றிலை போடுவார்கள். அது ஜீரண சக்தியை மேம்படுத்தும். மேலும் சாப்பாட்டில் ஒவ்வாமை இருந்தாலும் அதனை போக்கும். இப்போது அந்த பழக்கம் வெகுவாக குறைந்து விட்டது. பண்டிகை, திருமணம் போன்ற விழாக்களின் போதே பெரியவர்கள், சிறியவர்கள் என அனைவரும் வெற்றிலை போடுகின்றனர். மற்ற நாட்களில் கடைப்பிடிப்பதில்லை.

வெற்றிலையுடன் புகையிலை சேர்த்து மெல்லும் பழக்கம் ஏற்பட்ட பின்னரே வெற்றிலை போடுவது கெட்ட பழக்கம் என்ற கருத்து மக்கள் மத்தியில் ஏற்பட்டது இதற்கு முக்கிய காரணமாகும். புகையிலை இல்லா-

மல் பாக்கு, சுண்ணாம்பு சேர்த்து வெற்றிலை போடுவது உடல்நலத்திற்கு உகந்ததே. வெற்றிலை போடும் போது முதல் இரண்டு முறை சுரக்கும் உமிழ்நீரை உமிந்துவிட வேண்டும். அதுதான் நல்லது.

நாற்பது வயதுக்கு மேற்பட்டவர்கள் கட்டாயம் வெற்றிலை போடுவது அவர்களின் உடல் நலத்திற்கு நல்லது. ஏன்னெனில் அவர்களின் ஜீரண சக்தி குறைந்திருக்கும். வெற்றிலை போடுவதால் சாப்பிட்ட உணவு எளி- தில் ஜீரணமாகும்.

இன்றைய காலக்கட்டத்தில் சின்னஞ் சிறார் முதல் பெரியவர்கள் வரை அனைவருக்கும் எலும்பு தேய்மானம், மூட்டுவலி பிரச்சினை உள்ளது. கீழே விழுந்து லேசான அடிபட்டாலும் எலும்பு முறிவு ஏற்பட்டு அவதிப்- படுகிறார்கள். இதற்கு காரணம் கால்சியம் சத்து குறைபாடே. சுண்ணாம்- பில் கால்சியம் அதிக அளவு உள்ளது. வெற்றிலை போடும் போது நமக்கு கால்சியம் சத்து கிடைக்கிறது.

பண்டைய காலத்தில் அனைவரும் வெற்றிலை போடும் பழக்கம் இருந்- ததால் அவர்கள் கால்சியம் சத்து அதிகம் கிடைக்கப் பெற்று வயதானா- லும் எலும்பு தேய்மானம், மூட்டுவலி பிரச்சினையின்றி திடமாக இருந்- தார்கள்.

வெற்றிலை மிகச்சிறந்த மூலிகை என்பதால் குழந்தைகள் முதல் முதியவர்கள் வரை அனைவருக்கும் பல்வேறு நோய்களுக்கு மருந்தாக பயன்படுகிறது.

குழந்தை பெற்ற பின்னர் பாலூட்டும் தாய்மார்களுக்கு ஓமக்களி, சுக்கு களி, பூண்டுகளி ஆகிய லேகியங்கள் இரவில் சாப்பிட கொடுப்பார்கள். அது செரிமானமாகவும் பால் சுரப்பை அதிகமாக்கவும் அவர்களுக்கு வெற்றிலையை மெல்ல கொடுப்பார்கள். அது மட்டும் அல்லாமல் வெற்- றிலையை விளக்கெண்ணையில் வதக்கி மார்பில் வைத்துக் கட்டுவார்- கள். இவ்வாறு செய்வதால் பால் சுரப்பது அதிகரிக்கும்..

குழந்தைகளுக்கு மலச்சிக்கல் ஏற்பட்டால் வெற்றிலை காம்பை விளக்கெண்ணையில் தடவி ஆசன வாயில் செலுத்த மலம் உடனே வெளிவரும்.

வெற்றிலையுடன் துளசி இலை சேர்த்து சாப்பிட சளி மறையும். சிறு குழந்தைகளாக இருக்கும் போது அவித்து அதனை வடிகட்டி ஒரு சங்கு கொடுக்க சளி, இருமல், மூச்சு திணறல் குணமாகும். அனலில் வாட்டிய வெற்றிலையை மார்பிலும் பற்றாகப் போட சளி குறையும்.

சிறுவர்களுக்கு அஜீரணத்தைப் போக்கி பசியைத் தூண்ட வெற்றிலை-யோடு மிளகு சேர்த்து கஷாயம் செய்து கொடுத்து வரலாம். சுக்கு, மிளகு, திப்பிலி சம அளவு கலந்த திரிகடுக சூரணத்துடன் வெற்றிலைச் சாறு தேன் கலந்து சாப்பிட ஆஸ்துமா குணமாகும். வாயில் துர்நாற்-றம் வீசும் பிரச்சினை உடையவர்கள் வெற்றிலை, பாக்கு, சுண்ணாம்பு, ஏலம், கிராம்பு, ஜாதிபத்தரி போன்றவைகள் சேர்த்து மெல்லும் போது வாயில் உள்ள கிருமிகளை அழித்து துர்நாற்றத்தை நீக்கும்

.

தேங்காய் எண்ணெயில் வெற்றிலையை போட்டு காய்ச்சி வடிகட்டி வைத்துக் கொண்டு சொறி, சிரங்கு, படைக்கு தடவி வந்தால் நல்ல குணம் கிடைக்கும்.
வெற்றிலையில் சிறிது ஆமணக்கு எண்ணெய் தடவி லேசாக வாட்டி கட்டிகளின் மேல் வைத்துக்கட்டி வர கட்டிகள் உடைந்து சீழ் வெளிப்-படும். வெற்றிலையின் வேரை சிறுதளவு எடுத்து வாயிலிட்டு மென்று வர குரல் வளம் உண்டாகும். எனவே இசைக்கலைஞர்கள் இதனை அதிகம் பயன்படுத்துகிறார்கள்.

நுரையீரல் சம்பந்தமான நோய்களுக்கு வெற்றிலைச்சாறும், இஞ்சிச் சாறும் சம அளவு கலந்து அருந்திவர நன்மை ஏற்படும். வெற்றிலைச் சாறுடன் சுண்ணாம்பு கலந்து தொண்டையில் தடவினால் தொண்டைக்-கட்டு நீங்கும். தீப்புண் குணமாக வெற்றிலையில் நெய் தடவி லேசாக வதக்கிப் புண்ணின் மீது பற்றாகப் போட விரைவில் குணமாகும்.

வெற்றிலை விஷக்கடியை குணமாக்க வல்லது. சாதாரணமான வண்டு கடி, பூச்சிக்கடி இருந்தால் வெற்றிலையில் நல்ல மிளகு வைத்து மென்று தின்றால் விஷம் எளிதில் இறங்கும்.
வெற்றிலை

கொழுந்துவெற்றிலை மற்றும் மிளகு சாப்பிடுவதால், இரைப்பை குடல் வலி, அசிடிட்டி, செரிமானம் மற்றும் மலச்சிக்கல் போன்ற பிரச்-சனைகள்குணமாகுவதோடு, மெட்டபாலிசம் அதிகரித்து, உடலில் உள்ள நச்சுக்களை வெளியேற்றி, உடல்முழுவதையும் சுத்தமாக்க உதவுகிறது.

வெற்றிலையில்உள்ள இயற்கை ஆன்டி-செப்டிக் குணமானது கிருமி-களை அழிக்கவல்லது எனவே இரும்புகாயங்கள் போன்றவற்றில் வெற்-றிலை சாரி ஊற்றினால் விரைவில் அந்த காயங்கள்சரியாகி விடும்.

மஞ்சள்நிறத்தில் அல்லது அழுகிய நிலையில் உள்ள வெற்றிலையை தவிர்க்க வேண்டும்.ஏனெனில் அது வயிற்றுப்போக்கு பிரச்சனையை ஏற்படுத்திவிடும்.

நான்

வாசகர்ளால் நான்
வாசகர்களுக்காக நான்

முற்போக்கு எழுத்தாளர் வி.எஸ்.ரோமா – கோயம்புத்தூர்
+91 82480 94200
20 புத்தகங்கள் எழுதியுள்ளேன்
விருதுகள் பல பெற்றுள்ளேன்.
கதை , கவிதை, கட்டுரை, நாவல் பொன்மொழி, நாடகம்
எழுதுவேன்.

என்
எழுத்து
என் மூச்சுள்ள வரை
என் வாசிப்பே
என் சுவாசிப்பு
என்றும்

எழுதிக் கொண்டிருக்க வே
என் ஆசை

நான் திருமணமே செய்து கொள்ளாத பெண்மணி என்பதில்
எனக்கு மகிழ்வே.

என் எழுத்துக்கு முழு ஒத்துழைப்பு கொடுப்பவர்கள் என்
பெற்றோர்களே.

தந்தை
கா சுப்ரமணியன் _ தாசில்தார் - ஓய்வு

தாய்.
சு. கிருஷ்ணவேணி

என் பெற்றோர்களே
என்
எழுத்துக்கும்
எனக்கும் முழு ஒத்துழைப்பு தருகின்றவர்கள் என்பதில்
எனக்கு மகிழ்ச்சியே.

நான் ரோமா ரேடியோ
என்ற பெயரில் எஃப் எம் ஆரம்பித்துள்ளேன்.

என்
எழுத்து
என் ரோமா வானொலி மூலம்
எங்கும் ஒலிக்க
எட்டு திக்கும் ஒலிக்க
என் ஆவல்.

பெண்களை
பெரிதாக நினைத்துப்

பெரும் மகிழ்ச்சியடைந்து
பெருமைப் படுத்த வேண்டும்.

முற்போக்கு எழுத்தாளர்
வி.எஸ். ரோமா
Roma Radio
கோயம்புத்தூர்
+91 82480 94200